I LOVE TO TELL THE TRUTH
NAPENDA KUSEMA UKWELI

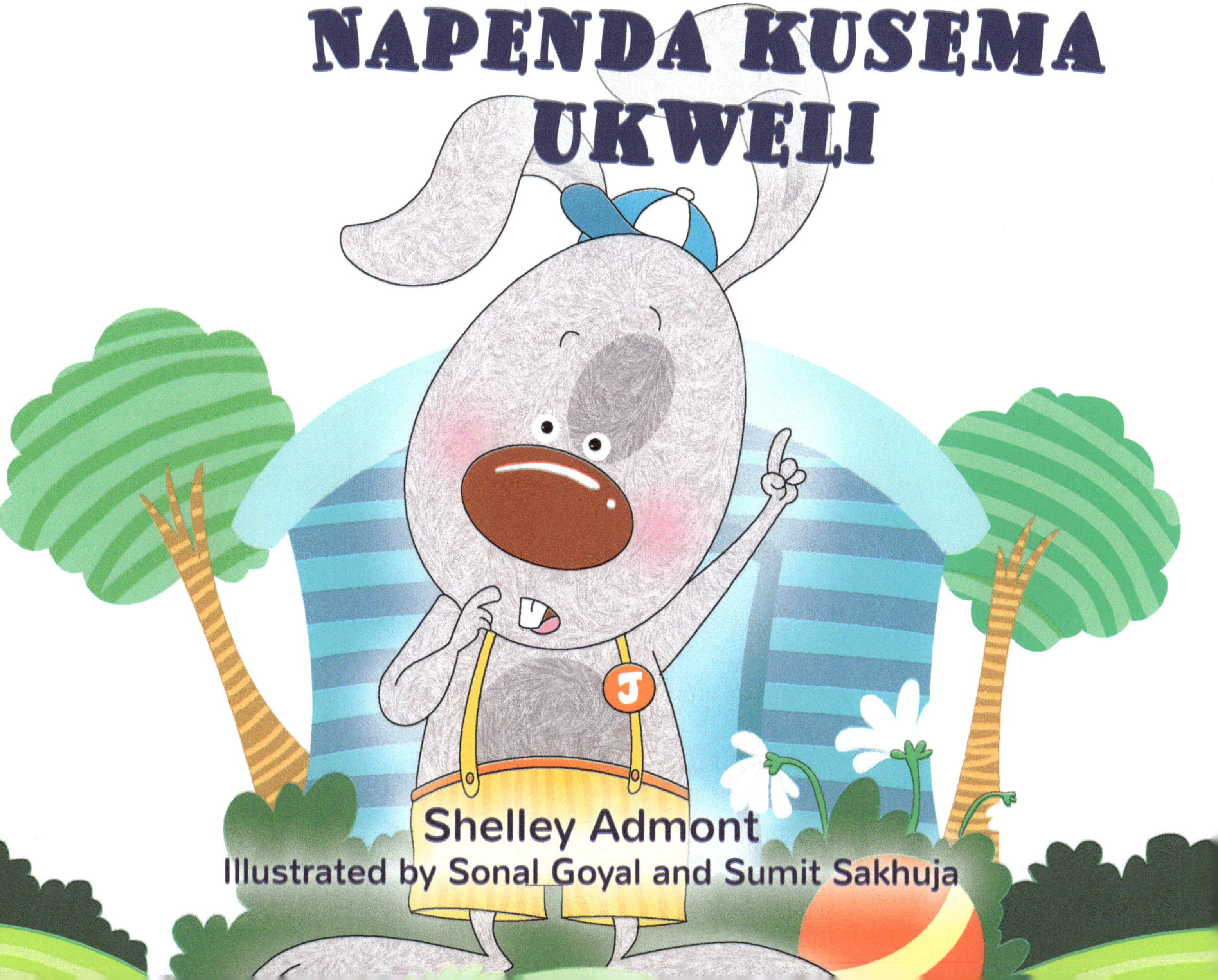

Shelley Admont
Illustrated by Sonal Goyal and Sumit Sakhuja

www.kidkiddos.com
Copyright ©2014 by S.A. Publishing ©2017 KidKiddos Books Ltd.
support@kidkiddos.com

All rights reserved. No part of this book may be reproduced in any form or by any electronic or mechanical means, including information storage and retrieval systems, without written permission from the publisher, except in the case of a reviewer, who may quote brief passages embodied in critical articles or in a review.
First edition

Translated from English by Happines Mlay
Imetafsiriwa kutoka kiingereza na Happines Mlay

Library and Archives Canada Cataloguing in Publication
I Love to Tell the Truth (English Swahili Bilingual Edition)/ Shelley Admont
ISBN: 978-1-5259-8765-6 paperback
ISBN: 978-1-5259-8766-3 hardcover
ISBN: 978-1-5259-8764-9 eBook

Please note that the Swahili and English versions of the story have been written to be as close as possible. However, in some cases they differ in order to accommodate nuances and fluidity of each language.

For those I Love the Most
Kwa wale ninaowapenda zaidi

It was a beautiful summer day. The sun was shining brightly. The birds were chirping. The butterflies and the bees were busy visiting the colorful flowers.

Ilikuwa siku nzuri ya kiangazi. Jua lilikuwa linawaka sana, ndege walilia. Vipepeo na nyuki walitembelea maua yenye rangi.

Little bunny Jimmy was playing ball in the backyard with his two older brothers. Their mom was watering her favorite daisies.

Sungura mdogo Jimmy alikuwa akicheza mpira nyuma ya nyumba pamoja na kaka zake wawili wakubwa. Mama yao alikuwa akimwagilia daisi anazozipenda zaidi.

"Be careful not to go near my flowers, boys," said mom.
"Wavulana, kuweni makini msiende karibu na maua," mama alisema.

"Sure mom," yelled Jimmy.
"Sawa mama," Jimmy alisema kwa sauti.

"Don't worry mom," said the oldest brother. "Your daisies are safe with us."
"Usijali mama," alisema kaka mkubwa. Daisi zako ziko salama pamoja nasi.

Mom went back to the house while the brothers continued to play outside.
Mama alirudi ndani ya nyumba huku ndugu wakiendelea kucheza nje.

"Hey, let's play a different game now," said the oldest brother, twisting the ball.
"Jamani, tucheze mchezo tofauti sasa," alisema kaka mkubwa, akizungusha mpira.

"What game?" asked Jimmy.
"Mchezo gani?" aliuliza Jimmy.

The oldest brother thought for a second. "Let's toss the ball in the air and see who gets to catch it first".
Kaka mkubwa alifikiria kwa sekunde. "Acha turushe mpira hewani tuone ni nani ataushika wakwanza."

"I like that," said Jimmy cheerfully.
"Ninapenda hivyo," alisema Jimmy kwa furaha.

"Let's start," cried the middle brother. "Throw the ball now."

"Tuanze," alisema kaka wa kati. "Rusha mpira."

The oldest brother threw the ball up in the air as hard as he could.

Kaka mkubwa alirusha mpira juu hewani kwa nguvu alivyoweza.

All the bunnies looked up with their mouths open as the big orange ball quickly flew up. Soon, it began to fall back towards the ground.

Sungura wote walitazama juu wakiwa midomo wazi huku mpira mkubwa wa chungwa ukiruka juu upesi. Kisha, ukaanza kurudi kuelekea chini.

Stretching out their hands, the brothers waited eagerly.

Wakinyoosha mikono, ndugu hao walisubiri kwa hamu.

When the ball was about to hit the ground, the older brothers ran to catch it.

Wakati mpira ulipokaribia kugonga chini, ndugu wakubwa walikimbilia kuudaka.

In a flash, Jimmy leapt forward and reached the ball before them. "Hurray! I win!"

Kwa haraka sana Jimmy aliruka mbele na kuufikia mpira kabla yao. "Hurray! Nimeshinda!"

He jumped in joy and started to run around the backyard in excitement.

Aliruka kwa furaha na kuanza kukimbia akizunguka nyuma ya nyumba kwa msisimko.

Suddenly, he tripped over a small rock and fell flat on the ground ... right in the middle of his mom's favorite daisy plants.
Ghafla, alijikwaa juu ya mwamba mdogo na kuanguka chini... katikati ya mimea ya daisi inayopendwa na mama.

"Ouch!" yelled Jimmy, lifting his head out of the wet soil.
"Ouch!" alilia Jimmy, akiinua kichwa chake kutoka kwenye udongo wenye unyevunyevu.

His oldest brother ran over and helped him back to his feet. "Jimmy, are you hurt?" he asked.
Kaka yake mkubwa alimkimbilia na kumsaidia kusimama. "Jimmy, umeumia?" aliuliza.

"No... I think I'm fine," said Jimmy.
"Hapana... nadhani nikosawa," alisema Jimmy.

"That's because these daises are so soft, they protected you," explained his oldest brother.

"Ni kwa sababu hizi daisi ni laini sana, zilikulinda," alielezea kaka yake mkubwa.

All three bunnies looked sadly at their mom's favorite flowers, which were now crushed.

Sungura wote watatu walitazama kwa huzuni maua pendwa ya mama yao, ambayo sasa yalikuwa yamepondwa.

"Mom will not be happy to see this," murmured the oldest brother quietly.

"Mama hatafurahi kuona hii," alinung'unika kaka mkubwa kimya kimya.

"That's for sure," agreed the middle brother.

"Hilo kwa hakika," alikubali kaka wa kati.

"Please, please, don't tell mom that I did this. Pleeeeeaaaase…" begged Jimmy, slowly moving away from the ruined daisies.

"Tafadhali,tafadhali, msimwambie mama nimefanya hivi tafadhaaaliii…" aliomba Jimmy, taratibu akisogea kutoka kwenye daisi zilizoharibiwa.

That moment, their mom came running out from the house. "Kids, what happened? I just heard someone scream. Are you all OK?"

Wakati huo, mama yao alikuja akikimbia kutoka kwenye nyumba. "Watoto, nini kimetokea? nimesikia mtu akipiga kelele. Je mko sawa wote?"

"We're fine, mom" said the oldest brother. "But your flowers…"

"Tuko sawa, mama," alisema kaka mkubwa. "Ila maua yako…"

It wasn't until that moment that their mom noticed the ruined flowerbed. She sighed. "How did this happen?" she asked.

Hadi wakati huo mama yao aligundua kitanda cha maua kichoharibia. Akahema. "Hii imetokeaje?" aliuliza.

"It was aliens," Jimmy hastened to answer. "They came from... out there..." He pointed to the sky. "I saw them walking over your little daisy garden. Really, mom."

"Ni viumbe wageni," Jimmy aliharakisha kusema. "Walitokea... huko nje... " Alielekezea angani. "Niliwaona wakitembea juu ya bustani yako ndogo ya daisi. Kweli, mama."

Mom raised her eyebrow and looked into Jimmy's eyes. "Aliens?"

Mama aliinua nyusi zake na kutazama macho ya Jimmy. "Viumbe wageni?"

"Yes, and they flew away in their spaceship."

"Ndiyo na waliruka kwenye chombo chao cha anga."

Mom sighed again. "It's good that they flew away," she said, "because now it's time for dinner. Don't forget to wash your hands. And Jimmy…"

Mama alihema tena. "Ni vizuri kwamba wamepaa," alisema, "kwa sababu sasa ni muda wa chakula cha jioni. Msisahau kunawa mikono. Na Jimmy pia…"

"Yes, mom," said Jimmy.
"Ndio mama," alisema Jimmy.

"Go wash your face too," she added.
"Nenda kanawe na uso wako pia," aliongeza.

During the dinner, Jimmy was very quiet. He felt uncomfortable. He couldn't eat and he couldn't drink. He didn't even want to try his favorite carrot cake.

Wakati wa chakula cha jioni, Jimmy alikuwa kimya sana. Alijisikia vibaya. Hakuweza kula na hakuweza kunywa pia. Hakutaka hata kujaribu keki yake aipendayo ya karoti.

At night, Jimmy couldn't sleep. Something didn't feel right. Getting up, he approached his oldest brother's bed.
Usiku, Jimmy hakuweza kulala. Kuna kitu hakihuwa sawa. Akiamka, alielekea kwenye kitanda cha kaka yake mkubwa.

"Hey, are you sleeping?" he whispered.
"Umelela?" alinong'ona.

"Jimmy, what happened?" mumbled his oldest brother, slowly opening his sleepy eyes. "Go back to your bed."
"Jimmy nini kimetokea?" aligugumia kaka yake mkubwa, taratibu akifumbua macho yake ya usingizi. "Rudi kitandani kwako."

"I can't sleep. I keep thinking about mom's flowers," said Jimmy quietly. "I should have been careful with them."
"Siwezi kulala naendelea kuwaza maua ya mama," alisema Jimmy kimya kimya. "Nilipaswa kuwa makini nayo."

"Oh, that was an accident," said the oldest brother. "Don't worry. Go back to sleep!"

"Oh, hiyo ilikuwa ni ajali," alisema kaka mkubwa. "Usijali, rudi kalale!"

"But I should not have lied to mom," said Jimmy still staying there.

"Lakini sikupaswa kumdanganya mama," alisema Jimmy akiendelea kubaki pale.

The oldest brother sat up on his bed. "Yes," he agreed. "You should have told her the truth."

Kaka mkubwa alikaa kitandani mwake. "Ndiyo," alikubali. "Ulipaswa kumwambia ukweli."

"I know," said Jimmy, shrugging his shoulders. "What am I going to do now?"

"Najua," alisema Jimmy, akiinua mabega yake. "Nitafanya nini sasa?"

"For now, go to sleep. And in the morning, you will tell mom the truth. Deal?"

"Kwa sasa nenda kalale. Na asubuhi utamwambia mama ukweli. Sawa?"

"OK," said Jimmy and he trudged slowly to his bed.

"Sawa," alisema Jimmy, kisha akajisogeza taratibu mpaka kitandani kwake.

The next morning, he woke up very early, jumped out of his bed, and ran looking for his mom. She was in the backyard.

Kesho yake asubuhi, aliamka mapema sana, akaruka kutoka kitandani kwake, na kukimbia kumtafuta mama yake. Alikuwa nyuma ya nyumba.

"Mommy," Jimmy called. "I was the one who ruined your flowers, not the aliens." He ran over and hugged his mom.

"Mama," Jimmy aliita. "Ni mimi niliyeharibu maua yako, na siyo viumbe wageni." Alikimbia na kumkumbatia mama yake.

Mom hugged him back and replied, "I'm so happy that you told the truth. I know it wasn't easy, and I'm proud of you, Jimmy."

Mama alimkumbatia pia na akajibu, "Nimefurahi sana kwa sababu umesema ukweli. Najua haikuwa rahisi, na najivunia wewe Jimmy."

"Please don't be sad about the flowers. We'll think of something," said Jimmy.

"Tafadhali usihuzunike kuhusu maua. Tutafikiria kitu," alisema Jimmy.

Mom shook her head. "I was not worried about the flowers. I was sad about you not telling me the truth."

Mama alitikisa kichwa. "Sikuwa na wasiwasi na maua nilisikitika kwa kutoniambia ukweli."

"I'm sorry, mom," said Jimmy. "I won't lie again."

"Samahani, mama," alisema Jimmy. "Sitadanganya tena."

After breakfast, Jimmy and his dad went to buy some daisy seedlings, and the whole family helped mom plant them.

Baada ya kifungua kinywa, Jimmy na baba yake walienda kununua miche ya daisi, na familia nzima ilimsaidia mama kuipanda.

Jimmy learned that telling the truth makes him and his family happy. That's why from that day on, he always tells the truth.

Jimmy alijifunza kwamba kusema ukweli humfurahisha yeye na familia yake. Ndiyo maana kuanzia siku hiyo, huwa anasema ukweli.

www.ingramcontent.com/pod-product-compliance
Lightning Source LLC
Chambersburg PA
CBHW061137070526
44584CB00033B/4346